Pa Chiyambi Anawalenga Chimodzimodzi

Copyright 2020 Authers

All rights reserved. No part of this publication may be reproduced, stored in a retrieval system, or transmitted in any form or by any means, electronic, mechanical, photocopying, recording or otherwise without prior permission from the publishers.

Published by
Luviri Press
P/Bag 201 Luwinga
Mzuzu 2
Malawi

ISBN 978-99960-66-38-2
eISBN 978-99960-66-39-6

Luviri Press is represented outside Africa by:
African Books Collective Oxford (order@africanbookscollective.com)

www.mzunipress.blogspot.com
www.africanbookscollective.com

Editorial assistance and cover: Daniel Scharnowski and Josephine Kawejere
Cover picture: Isaiah Mphande
Printed in Malawi by Baptist Publications, P.O. Box 444, Lilongwe

Pa Chiyambi Anawalenga Chimodzimodzi

Janet Y. Kholowa ndi Klaus Fiedler

Luviri Press

Mzuzu

2020

Za Mkati

1.	Zimene anthu amanena	9
2.	Buku la Genesis ndi zophunzitsa za Yesu	11
3.	Kuthantauza kwa mawu a m'baibulo	15
	Zoyenera kuganizira pomasulira nkhani	15
	Munthu kapena mwamuna?	16
	Thandizo kapena mthandizi?	16
	Amuna alamulira anthu onse?	18
	Opulumutsidwa lawo ndi dalitso	20
4	Nkhani ya chiwiri ya chilengedwe	20
	Nkhani za chilengedwe: Imodzi, ziwiri kapena zitatu?	20
	Fupa la mafupa anga ndi mnofu wa mnofu wanga	22
	Kuphatikana ndi mkazi	25
	Mkuli wa banja ndi mwamuna?	26
	Sankhani dalisto!	27
5.	Chilengedwe, temberero ndi chipulumutso	27

Zitatha izo Mulungu adati, "Tiyeni tipange munthu m'chifanizo chathu, adzakhale wonga Ifeyo. Adzalamulire nsomba zam'nyanja, mbalame zamumlengalenga, nyama zoweta, ndi zokwawa zonse za pa dziko la pansi." Motera Mulungu adalenga munthu, m'chifanizo chake, adawalengadi m'chifanizo cha Mulungu. Adawalenga wina wamwamuna wina wamkazi.

Genesis 1:26-27

1. Zimene anthu amanena

Anthu amati: "Amuna ndi akazi ndi osiyana"

Kungobadwa mwana anthu amadziwa kuti mwana uyu ndi wa mkazi ndipo uyu ndi wamwamuna. Anawa akamakula, aamuna amaphunzira ntchito za chimuna, pamene aakazi amaphunzira ntchito za chikazi. Mwachitsanzo, ana aakazi amathandiza amayi awo ntchito za ku kitchini, ana aamuna amathandiza abambo awo mwina kukumba mayenje mwinanso kumanga zinthu. Kuonjezera apo, ana aakazi ndi aamuna masewero awo amasiyananso. Ana aakazi amakonda kusewera pophika masanje pamene aamuna amakonda kumanga tinyumba. Pamenepo pali kusiyana ndithu.

Anawa akakula amalangizidwa mosiyana. Pakati pa Achewa mwana wamkazi akakula amachita chinamwali kapena chilangizo pamene mwana wamwamuna akakula sakhala ndi mwambo wosonyeza kuti wakula.

Anthu amati: "Wamkulu m'banja n'mwamuna"

Nyimbo iyi imaimbidwa pa chikwati kusonyeza ulamuliro wa mwamuna m'banja. Ndizoona? Akachoka kumunda kufika pakhomo mwamuna amangokhala pamene mkazi amayamba kugwira ntchito za pakhomo, amatunga madzi, kuphika, kutsuka mbale, kukafuna nkhuni ndi zina zambiri. Iye mwamuna amangokhala. Sinthawi zonse amagwira ntchito za chimuna monga kumanga nkhokwe, tsindwi kapena thandala. Nthawi zambiri amangokhaladi. Koma mkazi nthawi zonse amatanganidwa.

Ngakhalenso m'tauni onse akachoka ku ntchito, amene amatanganidwa ndi mkazi pamene mwamuna amangokhala. Ndi m'mabanja ochepa mmene mwamuna ndi mkazi amathandizana zina ndi zina.

Anthu amati: "Baibulo limaphunzitsa kuti mwamuna alamulire mkazi"

Anthu amakhulupilira kuti ndi zoonadi baibulo limaphunzitsa za ulamuliro wa mwamuna pa mkazi. Mkazi ayenera kumvera mwamuna wakeyo m'zonse. Anthuwa amaganiza kuti Mulungu anamlenga mkazi kuchokera kwa mwamuna, ndi chifukwa chake mkazi ayenera kumtumikira mwamuna. Mwamuna analengedwa poyamba, kenako mkazi! Motero woyamba kubadwa alamulire wachiwiri!

Anthu amati: "Kufanana kwa mwamuna ndi mkazi ndi maganizo a chizungu"

Kale akazi amawamvera amuna awo. Koma chifukwa cha azungu chisokonezo pa miyambo yathu chidayamba, choti mkazi afanane ndi mwamuna. Ngakhale maganizo awa sitiwafuna, komabe ambiri anawalandira ndi kutengera za chizungu. Nchifukwa chake tili ndi mavuto ambiri m'mabanja athu.

Anthu amati: "Kufanana kwa mwamuna ndi mkazi ndi zinthu za ku dziko"

Akhristu ambiri amanena kuti tisatsatire zinthu za ku dziko. Si baibulo limanena "Musanamizidwe ndi makhalidwe a pansi pano" (Aroma 12:2)? Kufanana kwa mwamuna ndi mkazi ndi chinthu cha ku dziko, tichikane. Akafanana mkazi ndi mwamuna ndiye kuti mkazi samveranso mwamuna wake.

Tiyeni tichotse kaye maganizo onsewa amene tinali nawo ndi kuyesa kulimvetsa baibulo bwinobwino mosatengera wina aliyense, komanso modzichepetsa. Kodi, mawu amenewa akupezeka pa Genesis mitu 1-3 m'baibulo amatanthauza chiyani?

2. Buku la Genesis ndi zophunzitsa za Yesu

Kuti timvetse bwinobwino tanthauzo lake, tiyenera tione mmene tingawerengere m'baibulo pa nkhaniyi. Tikatero tidzatha kusiyanitsa pakati pa zimene baibulo limanena ndi zimene anthu amaganiza.

Buku la Genesis lili ndi magawo awiri

Ngati tiwerenga buku lonse la Genesis, tidzaona mosavuta kuti gawo lina likuyambira pa mutu 12, nkhani ya maitanidwe a Abra-hamu. Kuchokera mutu 1 mpaka 11 buku la Genesis limafotokoza za mitundu yonse ya dziko la pansi, ya anthu onse paliponse. Kuyambira mutu 12 buku la Genesis limafotokoza za mtundu umodzi wokha wa Israeli. Nkhani ya mtundu umodziwu inayamba pamene Mulungu anati kwa Abrahamu:

> *Choka kudziko kwako kuno. Usiye abale ako ndi banja la bambo wako, ndipo upite ku dziko limene nditi ndikusonyeze. (Genesis 12:1)*

Magawo awiriwa amayamba mosiyana. Gawo loyamba lima-fotokoza za chilengedwe cha zinthu zonse ndi anthu onse, pamene gawo la chiwiri limafotokoza za mmene Mulungu anapangira fuko limodzi lotchedwa Israeli. Mchigawo choyambachi paliponse pamene timawerenga, timawerenga nkhani zokhudza anthu onse, monga m'chipangano chimene Mulungu anapangana ndi Nowa mu uta wa Leza. Koma tikaona m'chipangano cha Abrahamu, Mulungu anapangana ndi Abrahamu ndi banja lake lokha basi.

Izi zikuonetsa kuti pali zigawo ziwiri zimene poyamba sizinapatsid-we maina, koma tsopano tikhoza kuzipatsa. Kuchokera mutu 1 mpaka 11, tingatche *nkhani za chilengedwe* pamene kuchokera mutu 12 mpaka 50 tingatche *mbiri ya Israeli*. Magawowa amasiyanadi.

Magawowa si magawo awiri amene amangotsatirana, koma amafotokoza zinthu zosiyana. Gawo loyambali la za chilengedwe, imene si mbiri kapena nthano chabe, ayi, koma ndi yokhudza ife tonse chifukwa ndifenso chilengedwe cha Mulungu. Tikhulupirira kuti Mulungu sanalenge anthu oyamba okha, koma anatilenganso ife. Monga kale, Mulungu ndi mlengi mpaka lero. Ikadakhala mbiri chabe, sikadakhala yofunika kwa ife.

Nkhani ya chilengedweyi si nkhani imene imakhala ngati ya atolankhani amene tili nawo. Ikadakhala ya atolankhani bwenzi ili mbiri chabe, koma ili ndi tanthauzo pa moyo wa ife tonse. Inalembedwa kuti timvetse mmene Mulungu amafunira kuti ife tikhalire.

Gawo la chiwiri limene likuyamba ndi Abrahamu, ndi mbiri ya kale. Ngakhale panalibe atolankhani ngati lero, koma zimene zinachitika ndiponso zinaoneka ndi anthu amene anazisunga. Tiyenera kudziwa kuti nkhani ya Abrahamuyi ndi mbiri yake yokha basi. Abrahamu anamveradi Mulungu nasiya dziko lake kupita ku dziko lina, ndipo tikhoza kuphunzirapo zakumvera Mulungu, koma lamulo limeneli linapelekedwa kwa Abrahamu: "Nyamuka" si lamulo la kwa ife tonse. Mulungu sanafune kuti ife tonse tisiye dziko lathu kupita dziko lina.

Nkhani ziwirizi ndi zosiyanadi, chifukwa nkhani za chilengedwe ndi zokhudza aliyense, pamene mbiri ya Abrahamu ndi yokhudza Abrahamu. Tikhoza kutengapo phunziro, koma si nkhani yathu ngati nkhani za chilengedwe. Nkhani za chilengedwezi zimasonyeza mmene Mulungu amafunira kuti ife tizikhalira, osati nthawi ya kale yokha, komanso ngakhale masiku ano ndi mtsogolo. Ndi chida chimene chimatithandiza kumvetsa komanso kutisonyeza kulakwa kwa anthu. Ndipo chimatikonza kuti tikhale mmene Mulungu afunira, nthawi zonse ndiponso paliponse.

Ngati maganizo awa avomerezedwa ndi aliyense ndiye kuti zimene zidalembedwa pa Genesis 1-3 ndizofunika kwa aliyense wa ife masiku ano. Ngati ndi zoona kuti Genesis mutu 1 ndi 2, mawu ake amatiphunzitsa zakuti mwamuna amlamulire mkazi, ndiye kuti ziyenera kukhala chomwecho ngakhale masiku ano.

Yesu anagwiritsa ntchito Genesis 1 ndi 2 kutiphunzitsa ife tonse

Pamene Yesu anawerenga buku la Genesis, sanatiphunzitse kusiyanitsa zigawo ziwiri zimenezi za buku la Genesis, komabe anasiyanitsa. Yesu anamulemekeza Abrahamu pomutenga ngati tate wa fuko la Yuda. Ngakhale Abrahamu anauzidwa kuti atenge akatundu ake ndi kupita ku dziko lina, masiku ano Yesu sakutiuza kutenga akatundu athu ndi kupita kukakhala kudziko lina, ngati Mozambique kapena Amerika. Apa tikhoza kutengera chikhulupiriro cha Abrahamu, osati ulendo wake. Ulendowu ndi mbiri chabe.

Posiyanitsa ndi nkhaniyi ya Abrahamu, Yesu anagwiritsa ntchito nkhani ya chilengedwe mosiyana. Tione: tsiku lina pamene Yesu anali pa ulendo mmodzi wa aphunzitsi a malamulo anadza kwa iye ndi funso nati:

> *Kodi nkololedwa kuti munthu asudzule mkazi wake pa chifukwa chilichonse? (Mateyo 19:3)*

Funsoli linali la ndale. Anafuna kumkola Yesu pa zimene aphunzitsi a malamulo amasiyana. Mphunzitsi mmodzi wa malamulo, dzina lake Shammayi, ankaphunzitsa kuti mwamuna akhoza kumsudzula mkazi wake pa *chifukwa chachikulu,* koma chiphunzitso cha Hilleli chinali choti mwamuna akhoza kumsudzula mkazi wake pa *chifukwa chilichonse,* ngakhale kupsereza chakudya chake kapena kupanda kumsangalatsa.

Onsewa anawerenga buku la Deutronome 24:1.

> *Tiyese kuti munthu wakwatira mkazi, pambuyo pake nkunena kuti mkaziyo sakumfuna, chifukwa choti wampeza cholakwa. Alembe*

kalata yachisudzulo, ndi kumpatsa mkaziyo pamanja, namchotsa pakhomo pake. (Buku Loyera)

Mu chimasuliro cha kale (Buku Lopatulika) chinthu chomwecho chimatchulidwa mosiyanasiyana pan'gono:

Munthu akatenga mkazi akhale wace, kudzali ngati sapeza ufulu pamaso pace, popeza amapeza mwa iye kanthu kosayenera, amlembere kalata wa chilekanitso ndi kumpereka nayu m'dzanja lace ndi kumtulutsa m'nyumba mwace. (Buku Lopatulika)

Shammayi ndi Hilleli anasiyana pa tanthauzo la mawu oti cholakwa *(kanthu kosayenera)*. Shammayi anatanthauzira *cholakwa (kanthu kosayenera)* ngati kusakhulupirika pa banja, pamene Hilleli anatanthauzira mawu omwewo ngati chilichonse chosamkondweretsa mwamuna.

Tsopano munthu amene anamfunsa Yesu anafuna kuti Yesu asankhe mphunzitsi amene ananena zoona. Kodi Yesu akadavomerezana ndi Shammayi kapena Hilleli? Koma Yesu anakaniratu. Sanasankhe mbali iliyonse, ndipo mawu ake sanakambe za Deutronome koma nkhani za pa chiyambi m'buku la Genesis. Poigwiritsa ntchito nkhani ya chilengedwe, anafuna kusonyeza kuti anthu asayang'ane malamulo a Mose, koma chimene Mulungu ananena pa chiyambi. Tikatsatira zimenezi tidzachita chifuniro cha Mulungu masiku onse.

Kodi simunawerenge kuti Mulungu amene adalenga anthu pa chiyambi, adalenga wina wamwamuna, wina wamkazi? (5) Ndipo kuti Iye yemweyo adati, "Nchifukwa chake mwamuna azisiya atate ake ndi amai ake, nakaphatikizana ndi mkazi wake, ndipo awiriwo adzasanduka thupi limodzi." (6) Choncho tsopano salinso awiri koma thupi limodzi. Tsono zimene Mulungu wazilumukiza pamodzi, munthu asazilekanitse. (Mateyu 19:4-6)

Poyankha Yesu anasankha kugwiritsa ntchito nkhani za chilengedwe kupambana malamulo opezeka m'mbiri ya Israeli, chifukwa zimene Mulungu afuna kwa nthawi zonse zikupezeka pa chiyambi.

Chifukwa chiyani Yesu sanagwiritse ntchito Genesis 3?

Choti tidziwe nchakuti chifuniro cha Mulunguchi sichipezeka pa Genesis 3 koma pa Genesis 1 ndi 2. Pa Genesis 3 timawerenganso za mwamuna ndi mkazi, monga Mulungu anamuuzira mkazi:

> *Udzakhumba mwamuna wako, ndipo mwamuna wakoyo adzakulamulira iwe. (Gen. 3:16)*

Kodi mawu awa sakanakhala ofunika pa kusudzula mkazi? Mwamuna alamulira mkazi ndipo ngati apeza chilichonse chosamkondweretsa, kodi sangathe kumsudzula? Si iye olamulira?

Ayi, Yesu sakugwiritsa ntchito mawu awa, chifukwa si zimene Mulungu amafuna. Mawu amene akupezeka pa Genesis 3 akuonetsa za mwamuna ndi mkazi uchimo utaononga chifuniro cha Mulungu cha poyamba. Mwa ichi Yesu akufuna ife titsatire zimene Mulungu anaziika pa chiyambi penipeni.

3. Kutanthauza kwa mawu a m'baibulo

Zoyenera kuganizira pomasulira nkhani

Tisanawerenge za chifuniro cha Mulungu, tione za zovuta pomasulira nkhani. Kumasulira nkhani sikungosintha kupititsa kuchinenero china. Pamene timasulira nkhani tiyenera kuganizira za miyambo komanso kusintha kwa mawu ena molingana ndi nthawi.

Tione za kusintha kwa mawu. M'baibulo la kale "Buku Lopatulika" pa Genesis 2:18 timawerenga kuti:

> *Si kwabwino kuti munthu akhale yekha; ndidzampangira womthangatira iye.*

Tikatenga liwu loti "kuthangatira" tiona kuti liwuli linasintha tanthauzo lake. Poyamba pamene Uthenga Wabwino unafika kuno, liwu loti kuthangatira linathantauza kuthandizana, ndipo kuthangatirana tanthauzo lake linali kuthandiza. Koma atabwera atsamunda, liwu lomweli "kuthangatira" linasintha tanthauzo lake. Liwu loti thangata linayamba kutanthauza kugwira ntchito mokakamizidwa ndiponso wopanda kulipidwa. Poyamba kuthangatira kunali kuthandizana wina ndi mnzake, koma panthawi ya atsamunda kuthangatira kunasintha thantauzo lake. Mauwa anathantauza mmodzi athandize wina, makamaka wang'ono amthandize mukulu. Pa chifukwa ichi m'chimasuliro cha tsopano "Buku Loyera" sitipeza liwu kuthangatira, koma timawerenga:

> *Sibwino kuti munthuyu akhale yekha. Ndipanga mnzake woti azimthandiza. (Genesis 2:18)*

Munthu kapena mwamuna?

Zilankhulo zimasiyanasiyana. Liwu limodzi litha kukhala ndi matanthauzo ambiri. Mwa chitsanzo pa Chingerezi liwu loti "man" likhoza kutanthauza *munthu* kapena *mwamuna*. Likatanthauza munthu, munthu akhoza kukhala mwamuna kapena mkazi. Likatanthauza mwamuna, limaimira amuna onse. Mufananitse ndime ili mu baibulo la Chingerezi ndi la Chichewa.

Chingerezi	*Chichewa*
So God created **man**	Motero Mulungu adalenga **munthu**,
in his own image,	m'chifanizo chake,
in the image of God he created him;	adawalengadi m'chifanizo cha Mulungu
male and female he created them	adawalenga wina wamwamuna wina wamkazi.

Tawerenga kuti Mulungu pamene analenga, anamlenga munthu. Ndipo munthuyo amene anamlenga, anali mwamuna ndi mkazi. Si mwamuna yekha amene ali munthu, kapena mkazi yekha, koma onse atchedwa munthu. Kodi Mulungu anawasiyanitsa pamene anawalenga? Iyayi, anawalenga chimodzimozi.

Thandizo kapena mthandizi?

Mawu awiriwa amafanana, koma si amodzi. *Mthandizi* ndi munthu amene amapereka thandizo, pamene *thandizo* ndi chinthu chimene timalandira kuchokera kwa mthandizi. Mthandizi ndi munthu ndipo akhoza kukhala mwamuna kapena mkazi, pamene thandizo lingakhale chili chonse, zinthu, nyama kapena anthu.

Tikadawerenga buku lopatulika mu Chiheberi, chimene ndi chinenero choyambirira cha bukuli, tikadaona kuti alembi akale amagwiritsa ntchito liwu la *etseya [ezer]* kutanthauza kuti thandizo, osati mthandizi. Liwu loti *etseya [ezer]* likhoza kutanthauza thandizo la mitundu yonse: la munthu, la nyama, la zinthu kapena la Mulungu.

Liwuli lagwiritsidwa ntchito malo okwanira 21. Kawiri kakusonyeza kuti mwini thandizo ndi Mulungu, ndipo tisagwiritse ntchito liwuli ngati thangata. Kodi Mulungu angachite thangata kwa ife? Iyayi, koma timakhulupirira kuti Mulungu ndiye thandizo lathu. Pa Masalimo 27:9 timawerenga:

Buku Lopatulika	**Buku Loyera**
Musandibisire ine nkhope yanu;	*Musandibisire nkhope yanu*
Musacotse kapolo wanu ndi kukwiya;	*Musandipirikitse ine mtumiki wanu mokwiya,*
Inu munakhala thandizo langa;	*Inu amene mwakhala mukundithandiza.*
Musanditaye, musandisiye	*Musanditaye, musandisiye ndekha,*
Mulungu wa cipulumutso canga	*Inu Mulungu Mpulumutsi wanga.*

Mu baibulo lonse thandizo makamaka ndi Mulungu, koma anthu akhoza kukhalanso thandizo. Pu nthawi imene Mose ankathawa ku Aigupto, timawerenga kuti anafika pa chitsime m'dziko la Midiani, pamene ana aakazi a wansembe wa Midiani anabwera, anapitikitsidwa ndi abusa amuna, Mose anawathandiza atsikanawo powamwetsera ziweto zawo.

> *Koma kudabwera abusa ena nawapirikitsa atsikanawo. Apo Mose uja adaimirira nawathandiza atsikana aja, ndipo adamwetsa zoweta zao zonse zija.* (Exodus 2:17)

Tikawerenga chipangano chakale, tiona kuti amene amathandiza anali makamaka munthu wamkulu kapena Mulungu kuwathandiza anthu ovutika. Motero sibwino kumtenga mkazi ngati womthangatira mwamuna wake, mwamunayo nakhala ngati bwana, chifukwa mu baibulo amatchedwa thandizo, osati wothangatira.

Mu baibulo la Chiswahili anatanthauzira bwino chifukwa anaonetsa poyera kuti mkazi ndi wothandizana naye mwamuna, osati kukhala kapolo wake. Anamasulira Genesis 2:1

> *Si vema huyo mtu awe peke yake, nitamfanya msaidizi wa kufanana naye.*

Tanthauzo la msaidizi ndi mthandizi, koma womasulira anawonjeza wa *kufanana naye*. Tanthauzo lake: Wofanana naye. Motero mkazi ndi mthandizi wake wa mwamuna, koma wofanana naye. Palibe liwu loti mwamuna amlamulire mkazi.

Amene anamasulira baibulo mChiswahili, sanangopeka mawu owonyezerawa koma anawatenga mu Chiheberi amene omasulira ena anawasiya. Mu Chiheberi muli mawu awiri: Woyamba oti 'etseya' [ezer] amene atanthauza thandizo. Liwu la chiwiri ndi kenegedo lomwe tanthauzo lake ndi *woyang'anizana naye*. Mawu awa mChiswahili atanthauzidwa ngati wofanana naye (Chingerezi: infront of him, opposite of him). Mawu awa mChiswahili athantauzidwa ngati *wofanana naye*. Anthu akhoza kuthantauzira mosiyana pangono, koma si bwino kungowasiyiratu. Si bwinonso kutanthauzira *thandizo woyang'anizana* naya ngati 'thandizo lochepa mphamvu', chifukwa kuyang'anizana sikusonyeza kapena kutanthauza kuchepa mphamvu koma kufanana.

Amuna alamulira anthu onse?

Ndi zomwe baibulo limanena? Anthu ambiri amavomereza mawuwa. Ndipo ndi zoonadi kuti m'baibulo anthu ambiri amene anali ndi ulamuliro anali amuna. Timawerenga izi m'chipangano chakale komanso m'chipangano chatsopano. Uwu unali mwambo wa Chiyuda ndi anthu ena pa nthawi imeneyo. Kodi ichi chitanthauza kuti

Mulungu amavomereza chili chonse chimene chinanenedwa mu baibulo? Mwa chitsanzo: Kaini anali munthu wa mphamvu, anatha kupha mbale wake. Kodi Mulungu anavomera? Iyai! Ngakhale zinanenedwa m'baibulo Mulungu anadana nazo. Komanso nthawi ya Solomoni yemwe anali mfumu ya nzeru (1 Mafumu 4:29-34), motero Mulungu anamkonda. Baibulo likunenanso kuti anali ndi akazi chikwi (1 Mafumu 11). Ngakhale zinanenedwa m'baibulomu, Mulungu sanakondwere nazo. Ichi chikutionetsa kuti si chilichonse cholembedwa m'baibulo chimene Mulungu anavomereza.

Ndi zoona kuti timaona amuna akulamulira m'baibulo. Kodi umu ndi mmene Mulungu amafunira? Tibwerere ku nkhani ya chilengedwe. Tikhulupirira kuti nkhaniyi imakhudza anthu onse kuyambira pa chiyambi mpaka tsopano osati kutifotokozera zinthu za kalekale zokha. Kodi pa Genesis 1 mpaka 3 akutiuza kuti mwamuna alamulire mkazi? Anthu ena akhoza kuloza pa Genesis 3:16 pamene tima-werenga kuti "Udzakhumba mwamuna wako, ndipo mwamuna wakoyo adzakulamulira iwe". Kodi ichi ndi chimene Mulungu afuna? Iyayi! Mukaonetsetsa ili ndi limodzi mwa matemberero amene Mulungu ananena kwa mkazi chifukwa cha kuchimwa kwake. Si chifuniro cha Mulungu kuti mwamuna amlamulire mkazi, ichi ndi chotsatira cha uchimo. Kawirikawiri zimakhala choncho, koma ndi temberero. Kodi mukufuna kuvomereza temberero?

Kuti timvetse bwino za tembereroli, tiyeni tione matemberero ena chifukwa onse amene anachimwa anatembereredwa: njoka, mwamuna komanso mkazi. Temberero la njoka silikutikhudza kwenikweni, koma temberero la mwamuna: Kwa mwamuna Mulungu anati:

Nthaka idzatembereredwa chifukwa cha zimene wachitazi. Udzayenera kugwira ntchito yathukuta nthawi ya moyo wako wonse, kuti upeze chakudya chokwanira. M'nthakomo mudzamera zitsamba za minga ndi za nthula (Genesis 3:17-18)

Izi ndi zimene zinanenedwa. Kodi Mulungu akutiuza kuti tipite m'munda ndi kubzala minga ndi nthula kuti tikwaniritse zimene Mulungu anabweretsa chifukwa cha uchimo?

Inde, tembererolo lilipodi. Koma ife sindife ana a temberero, ife ndife ana a chipulumutso. Ngati tili opulumutsidwa, tivomerezeranji temberero? Sitiyenera kutero! Kodi inu amuna mkazi wanu akafuna kubereka, simungamtengere ku chipatala kuti akamthandize chifukwa choti Mulungu anati "Mkazi adzavutika pobereka"? Iyayi. Aliyense amafuna kupulumutsa mkazi wake. Tchimo lisalamulire. Sindife ana otembereredwa.

Opulumutsidwa, lawo ndi dalitso

Ife amene timakhulupirira Yesu Khristu tapulumutsidwa. Motero sitiyenera kutsatira temberero pa Genesis 3, koma dalitso pa Genesis 1 ndi 2. Mulungu anapereka madalitso atatu kwa anthu: (1) kubereka ana (Genesis 1:28), (2) kulamulira za moyo zonse (Genesis 1:28), (3) kugwira ntchito (Genesis 2:15). Awa ndi madalitso: kubereka ana, osati kuvutika pobereka; kulamulira nyama, osati mkazi; kugwira ntchito m'munda, osati kuvutikira ndi minga. Zoonadi, tapulumutsidwa, ndipo lathu ndi dalitso.

Taona kuti pa Genesis 1-3 kusiyanitsa pakati pa mwambo wabwino ndi woipa. Masiku amenewo unali mwambo woti mkazi atsatire mwamuna. Koma pa Genesis 2 sitiwerenga kuti zikhale chonchi, timawerenga za lamulo:

> *Nchifukwa chake mwamuna amasiya atate ndi amai, ndipo amaphatikana ndi mkazi wake, choncho awiriwo amakhala thupi limodzi. (Genesis 2:24)*

Motero baibulo likuonetsa ubwino ndi kuipa kwa miyambo pa nthawi yake.

4. Nkhani ya chiwiri ya chilengedwe

Nkhani za chilengedwe: Imodzi, ziwiri kapena zitatu?

M'buku la Genesis timawerenga nkhani zitatu za mmene Mulungu anapangira munthu: Yoyamba Genesis 1:26-31; yachiwiri Genesis 2:7 ndi 2:15-24; yachitatu Genesis 5:1-2. Nkhanizi ndi zosiyana m'kalembedwe koma zimanena chinthu chimodzi. Zimanena kuti Mulungu analenga mwamuna ndi mkazi.

M'nkhani yoyamba (Genesis 1:1-2,4) Mulungu analenga zinthu potsatira ndondomeko ya masiku, ndipo analenga munthu pa tsiku la chisanu ndi chimodzi. Apa Mulungu analenga mwamuna ndi mkazi. Onse akuimira munthu, ndipo munthuyo ndi chifanizo cha Mulungu. Nchachidziwikire kuti mwamuna ndi mkazi anawalenga chimodzimodzi.

Kuchokera pa ubwana wathu takhala tikukhulupirira kuti Adamu ndiye anayamba kulengedwa, kenako Hava. Koma apa sitikuwerenga zotere. Timawerenga kuti anamulenga *munthu*, osati Adamu. Kusamvetsa bwino kotere kwabwera chifukwa m'chinenero cha Chiheberi liwu loti *munthu* ndi *adam*, ndipo liwuli limachokera ku liwu loti *adama*, limene litanthauza dothi. M'chipangano chakale mulibenso munthu wina amene anatchedwa Adamu. Adamu saimira munthu mmodzi, koma anthu onse a dziko la pansi. Motero omasulira baibulo anamasulira bwino *adam* kutanthauza kuti *munthu*, aimira anthu onse a dziko la pansi. Mulungu sanamlenge munthu woyamba yekha, koma onse ndi chilengedwe cha Mulungu. Chimodzi-modzinso za Heva. Liwu ili silinapatsidwenso kwa munthu wina. Mulungu analenga munthu wa mwamuna ndi wamka-zi. Pakati pa mawu awiriwa tili ndi liwu loti *ndi*. Liwu limeneli silisonyeza woyamba kulengedwa ndi wa chiwiri. Mwachitsanzo: Mukamutuma mwana kuti aphike nyama ndi masamba, akhoza kuyamba kuphika masamba kenako nyama, kapena kuyamba nyama kenako masamba, ndipo ngati ali ndi malo ophikira awiri, akhoza kuphika zonse nthawi imodzi. Liwu loti *ndi* silimusonyeza mwana wanu choyenera kuyamba. Chimodzimodzi kulenga mwamuna ndi mkazi. Mulungu anawalenga onse, koma sitikuuzidwa anayamba ndi yani, kupatula kuti analenga *munthu*. Umu ndi mmene munthu analengedwera m'nthawi yoyamba ya chilengedwe.

Mawu onsewa agwiritsidwa ntchito m'nkhani yoyamba ya chilegedwe (Genesis 1:26-27).

> *Zitatha izo Mulungu adati, "Tiyeni tipange munthu m'chifanizo chathu, adzakhale wonga Ifeyo. Adzalamulire nsomba zam'nyanja, mbalame zamumlengalenga, nyama zoweta, ndi zokwawa zonse za pa dziko lapansi.*

> *Motero Mulungu adalenga munthu, m'chifanizo chake, adawalengadi m'chifanizo cha Mulungu.*
> *Adawalenga wina wamwamuna wina wamkazi.*

Mawuwa agwiritsidwanso ntchito m'nkhani ya chitatu ya chilengedwe, yomwe ili pa Genesis 5,1-2. Tiwerenge:

> *Mulungu polenga Adamu, adampanga muchifaniziro chake. Adalenga mwamuna ndi mkazi, ndipo adawadalitsa, nawatchula dzina loti Anthu.*

Kodi apa pali kusiyanitsa pakati pa woyamba kulengedwa ndi wachiwiri? Iyayi. Mulungu anawalenga mwamuna ndi mkazi ndipo anawatcha munthu.[1]

---

[1] M'Buku Lopatulika, kumasulira kwake sanaganizire kwambiri pa chintu chimodzi kapena zambiri. Motero anagwiritsa ntchito "nacha mtundu wao anthu". Koma mu Chiheberi komanso m'Chingereza (NIV) angwiritsa ntchito chinthu chimodzi (Chiheberi: adam; Chingerezi: man; Chichewa: munthu), monga mmene akunenera pa Genesis 1:27.

Fupa la mafupa anga ndi mnofu wa mnofu wanga.

Mnkhani yachiwiriyi tikumva kuti dziko lidawumiratu, kunalibe ndi dontho lomwe la madzi ndipo munthu analengedwa poyamba. Polengapo akutiuza kuti analenga "munthu", sitikudziwa kuti anali mwamuna kapena mkazi. Kenako atalenga munthu, Mulungu anayamba kulenga zofunikira kwa munthu kuti akhale bwino. Munthu anafuna madzi kuti amwe, motero Mulungu anagwetsa mvula. Munthu anafunanso chakudya motero Mulungu anameretsa m'nthaka mitengo yonse. Munthu anafunanso malo okhala, motero Mulungu anamuika m'munda wa Edeni.

Mulungu anampatsa munthu zofuna zake zonse. Mulungu anamudalitsa munthuyo ndi kumpatsa ntchito kuti asamalire munda wa Edeniwo. Nkhaniyi ikungotiuza za munthu, siikutiuza kuti munthuyo anali mwamuna kapena mkazi. Ndipo pa ndime 18, akutiuza kuti Mulungu anaona kuti munthu ali yekha. Apanso sitikudziwa kuti munthuyo ndi mwamuna kapena mkazi. Chimene tikudziwa nchakuti munthuyo anali yekha.

Mulungu analenga chilichonse chimene munthu anachifuna: chakumwa, chakudya ndi malo okhala. Tsopano munthu akufuna chiyanjano chimene sanachipeza mu zinthu zimene zinalengedwazi. Ndipo tsopano Mulungu anayesanso njira ina. Analenga nyama ndi mbalame zonse. Anazipereka kwa munthu kuti azipatse maina. Ndipo munthu anazitcha mainawo. Mulungu anamuwonetsa nyama yaikulu, munthu anaitcha ng'ombe. Mulungu anamuwonetsa nyama yaing'ono, anaitcha mbuzi ndipo kanyama kothamanga nakatcha kalulu. Anamuonetsanso mbalame yokongola naitcha nkhanga ndipo tsiku lonse lathunthu Mulungu anamuonetsa nyama ndi mbalame nazitcha iye maina ake. Kodi pakati pa nyama ndi mbalame panapezeka nyama zothandiza? Inde. Zina zikadamuthandiza, monga ng'ombe zikadamuthandiza kumunda komanso pomupatsa mkaka. Koma munthu sanafune zinthu kapena nyama zomuthandiza. Tsiku lonse lathunthu munthu anagwira ntchito yopereka maina kwa nyama, ndipo pamene kunayamba kuda, munthu anakhumudwirakhumudwira. "Ntchito yochuluka koma mnzanga wondithandiza palibe." Mulungu anayesa njira zosiyanasiyana koma munthu sanapeze mnzake. Anali yekha, ndipo Mulungu anayenera kuyesanso njira ina chifukwa choti Mulungu poyambirira anati sikwabwino kuti munthu akhale yekha.

Ndi ntchito imene munthu anali nayo, yakutcha maina, anatopa kwambiri ndipo Mulungu anamugonetsa tulo tofanato. Ali mtulo, Mulungu anachotsa nthiti, natsekapo ndi mnofu pamalopo ndikupanganso munthu wina. Kutacha mmawa munthu amene anali mtulo anadzuka ndipo sanaonenso nyama zija, m'malo mwake anadabwa kuona munthu wina wofanana naye koma wosiyana pang'ono. Chifukwa cha ntchito imene munthuyu anali nayo yopereka maina kwa nyama, anaganizanso zomupatsa dzina munthu winayo. Koma sakadatha chifukwa anali ndi dzina lake kale. Dzina lake linali "munthu" ngati iye. Ndipo ichi chikusonyezedwa m'baibulo ndi mawu oti: "Uyutu ndiye fupa lochokera ku mafupa anga ndi mnofu wochokera ku mnofu wanga". Kutanthauza kuti anthuwa anali ofanana, fupa limodzi, mnofu umodzi, onse awiri atchedwa "munthu". Anthuwa anali ofanana ndithu komabe anasiyana pang'ono namutcha winayo *munthu wamkazi* ndipo iye nadzitcha *munthu wamwamuna*. Mchinenero cha Chichewa ndi zovuta pang'ono kufotokozera za kusiyana pang'onoku. Koma mchinenero cha Chiheberi kusiyanaku kwasonyezedwa mosavuta pogwiritsa ntchito mawu oti *ishi [ish]* kutanthauza munthu wamamuna ndipo *isha* munthu wamkazi.

Anthu ambiri amakhulupirira kuti pali kusiyana pakati pa mwamuna ndi mkazi chifukwa choti mkazi analengedwa kachiwiri. Koma nkhaniyi ifuna kutisonyeza kuti mwamuna ndi mkazi ndi ofanana, osasiyana ayi. Ndipo kufanana uku kukusonyezedwanso m'baibulo pamene akugwiritsa ntchito mawu oti "Etu, iwe ndiwe pfupa langa ndi thupi langa" (Genesis 29:14).² Apa Labani amafuna kusonyeza kuti iye ndi Yakobo ndi anthu amodzi.

Anthu akamakambirana amati kukhala woyamba umakhala wofunikira kwambiri kusiyana ndi kukhala wachiwiri. Kutanthauza kuti wachiwiriyo ndi wosafunikira kwenikweni. Izi zimaonetsedwa m'miyambo yathu koma nzokaikitsa. Mwachitsanzo, pakati pa Achewa, ufumu amalowa ndi muphwa woyamba kubadwa, koma izi sizitanthauza kuti ena wobadwa pambuyo pake sangathe kulowa ufumu. Ngati anthu samfuna wamkuluyo kukhala mfumu mwana wina amatha kulowa ufumu.

Nthawi zambiri anthu amaganizanso kuti ngati chinthu chipangidwa kuchokera ku chinthu chinzake, ndiye kuti chinthu chopangidwacho ndi chaching'ono mphamvu kuposera ndi kumene chachokerako. Chimodzimodzinso amaganiza kuti pamene Mulungu analenga mkazi kuchokera ku nthiti ya mwamuna ndiye kuti mkaziyo ndi wochepa mphamvu kwa mwamuna.³

---

² Buku Loyera lamasulira tanthauzo, osati mawu enieni: "Inde, zoonadi iwe ndiwe mbale wanga weniweni.".

³ Potsatira maganizo amenwa, kodi tinganene kuti dothi (limene Mulungu anaumbira mwamuna ndi lalikulu kuposera mwamunayo? Si choncho, ayi

Awa ndi maganizo amene amapangidwa chifukwa cha miyambo yathu. Koma tikawerenganso bwinobwino pa Genesis 2, kodi ndi zoona kuti 'nthitiyi' ikubweretsa kusiyana pakati pa mwamuna ndi mkazi? Pa ndime 19 akuti Mulungu analenga nyama zonse kuchokera ku dothi ndipo nyamazi zilipo zosiyanasiyana. Iliyonse inalengedwa payokha, kuonjezeraponso munthu amene pa ndime 7, anapangidwa kuchokera ku dothi. Apa tikhoza kuona kuti nyama ndi munthu zimasiyana mnjira zambiri. Koma pa ndime 22 tiwerenga kuti mkazi anapangidwa ku nthiti ya mwamuna osati ku dothi. Nthitiyi ikusonyeza kufanana kwa mkazi ndi mwamuna, osati ulamuliro. Nchifukwa chake mwamuna akuti:

> *Uyutu ndiye ndi fupa lochokera ku mafupa anga, mnofu wochokera ku mnofu wanga.*

Akadapangidwa kuchokera ku dothi mkazi, mwamuna sakadanena mawu awa osonyeza kufanana kwawo, chifukwa sadawanene kwa nyama iliyonse. Pachifukwa ichi, mkazi ndi mthandizi wofanana naye. Osati mthandizi wosiyana naye.

Kuphatikana ndi mkazi

Kuno ku Malawi mkazi ndi mwamuna akakwatirana pali miyambo iwiri. Mitundu ina, monga Asena ndi Atumbuka, mkazi amasiya makolo ake nakakhala kwawo kwa mwamuna. Koma mitundu ina, monga Achewa mwamuna amachoka kwa makolo ake ndikukakhala kwa mkazi. Koma pamwambo wa Chiyuda mu chipangano chakale mkazi ndi mwamuna akakwatirana, chinali chachidziwikire kuti mkazi amakakhala kwawo kwa mwamuna. Koma nanga pa Genesis 2:24 akuti chiyani?

> *Nchifukwa chake mwamuna amasiya atate ake ndi amai, ndipo amaphatikana ndi mkazi wake, choncho awiriwo amakhala thupi limodzi.*

Ndichifukwa chiyani mawu amenewa akunena za mwamuna, oti pa chikhalidwe chawo mkazi ndiye amene anayenera kusiya makolo ake? Ichi chinali chachidziwikire kwa mkazi kuti adzawasiya makolo ake monga mwa chikhalidwe. Koma mwamuna anayenera kuuzidwa kuti ayenera kukaphatikana ndi mkazi wake osati makolo ake.

Kodi izi zikusonyeza kusiyana pakati pa mwamuna ndi mkazi? Ayi izitu zikusonyeza kufanana. Chimene mkazi ayenera kuchita mwamunanso achite chomwecho. Motero anthu awiriwa si osiyana ayi, koma ndi amodzi.

Mkulu wa banja ndi mwamuna?

Pa nkhani ya ukwati yomweyi kawirikawiri anthu amalangiza mkwati kuti wamkulu wa banja ndi mwamuna ndipo iye monga mkazi ayenera azimvera. Kodi izi ndi zimene timawerenga pa nkhani za chilengedwe? Ayi, koma kawirikawiri anthu amatengera zimene mtumwi Paulo analemba m'kalata yake ya kwa Aefeso yokhudza mkazi ndi mwamuna, monga pa Aefeso 5:22: "Inu akazi muzimvera amuna anu." Koma ngati tiwerenga mawuwa, tiyenera tiwerengenso mutu wake pa ndime 21 umene ukuti "Inu amene mumaopa Khristu, muzimverana." Kutanthauza kuti onse ayenera kumverana wina ndi mnzake. Kenako Paulo akuwonetsa mmene mkazi azimverera mwamuna wake. Pambuyo pake akuonetsanso mmene mwamuna ayenera kukondera mkazi wake ndi kudzipereka chifukwa cha iye. Kodi Paulo akumulangiza mwamuna kuti akhoza kumumenya mkazi ndi kumuzunza mnjira ina iliyonse? Ndipo mkaziyo azimverabe? Ayi, Paulo akumulangiza mwamuna kuti ayenera kudzipereka chifukwa cha iye.

Pophera mphongo nkhani yonseyi kutsutsa kapena kuvomereza, tiyenera kutenga mavesi onse a m'baibulo okhudza nkhaniyo osati vesi limodzi lokha basi. Motero pankhaniyi pali mavesi atatu okhudza chilengedwe cha munthu (mwamuna ndi mkazi) monga Genesis 1:27, Genesis 2:18-24 ndi Genesis 5:2. Pa Genesis 1:27 ndi Genesis 5:2, chilengedwe cha munthu (mwamuna ndi mkazi) pali "ndi", ndipo "ndi" sasonyeza kuti wina ndi woyamba ndipo winayo ndi wachiwiri chifukwa tikhozanso kunena kuti "mkazi ndi mwamuna" ndi chimodzimodzi "mwamuna ndi mkazi". Mwachitsanzo, tikati 1+3=4 chimodzimodzi 3+1=4. Titaona izi pa mavesi awiriwa, zikhoza kukhala zovuta kunena kuti nkhani ya pa Genesis 2:18-24 ikutsutsana ndi mavesiwa.

Kodi pa nkhani za chilengedwe tawerengazi. Kodi tinganize kuti nkhani ya chiwiri ikuphunsita zotsutsana ndi nkhani yoyamba ndi ya chitatu? Kodi baibulo lidzitsutse lokha? Iyai. Nkhani ya chiwiriyi ingakhale ikugwiritsa ntchito mawu osiyana ndi kulembedwanso mosiyana, ikuphunzitsa zinthu zimodzi. Tikulupirira kuti chimene limanena baibulo ndi chinthu chimodzi, osasintha. Komanso timadziwa kuti chinthu chimodzicho chimatha kukambidwa m'njira zosiyanasiyana.

Sankhani dalitso

Zoonadi m'mitu yoyamba ya Genesis timawerenga za madalitso ndi za matemberero. Tikayang'ananso zimene zikuchitika titha kuona kuti temberero lilipo, ndi madalitso aliponso. Kodi, ife monga akhristu, tisankha chiyani? Kodi musankha temberero ndi kukana dalitso? Yesu pamene ananena za kusiya mkazi, anasankha dalitso osati temberero. Nchifukwa chake anagwiritsa ntchito mavesi a pa Genesis 1:27 ndi Genesis 2:24. Yesu sanafune kupitilira ndi kunena mawu a pa Genesis 3:16 "mwamuna wako adzakulamulira", chifukwa anadziwa kuti linali temberero, osati dalitso. Motero, iye anasankha madalitso okha. Nanga ife, tisankha matemberero? Iyayi! Timtsatire Yesu!

5. Chilengedwe, temberero ndi chipulumutso

Chifukwa cha uchimo wa munthu mtengo wa moyo unachoka. M'baibulo monse sitiwerenga za mtengo wa moyo kupatula m'buku lomaliza la Chivumbulutso pa mutu womaliza. Tiupeza mtengowu mumzinda wokongola wa Mulungu.

> *Pambuyo pake mngelo uja adandiwonetsa mtsinje wa madzi opatsa moyo. Mtsinjewo madzi ake anali onyezimira ngati galasi, ndipo unkachokera ku mpando wachifumu wa Mulungu ndi wa Mwanawankhosa uja. (2) Unkayenda pakati pa mseu wamumzinda uja. Pa mbali zonse ziwiri za mtsinje panali mtengo wopatsa moyo. Mtengowo umabala zipatso khumi ndi kawiri pa chaka, kamodzi mwezi uliwonse, ndipo masamba ake ndi ochiritsa anthu a mitundu yonse. (3) Mumzindamo simudzapezekanso kanthu kalikonse kotembereredwa ndi Mulungu. (Chivumbulutso 22:1-3)*

Mzindawu si wokongola chabe komanso simudzapezeka kanthu kalikonse kotembereredwa. Pamapeto padzakhala pofanana ndi pa chiyambi. Moyo wochuluka, popanda manyazi, popanda kutembereredwa, ndipo Mulungu adzakhala pafupi ndi anthu monga analili pa chiyambi. Sitinafike pamenepo, tikanali pakati. Pakatipo pali matemberero ndi madalitso, ndipo chipulumutso chimene chinabwera ndi Yesu chigonjetsa matemberero. Sitikufuna kuti tipezeke mbali ya temberero, koma mbali ya chipulumutso.

www.ingramcontent.com/pod-product-compliance
Lightning Source LLC
Chambersburg PA
CBHW060130190426
43200CB00039B/2702

Pa Chiyambi Anawalenga Chimodzimodzi